छोटुसा पांढरा ससुकला

आणि इतर गोष्टी

अर्चना ओक

मेहता पब्लिशिंग हाऊस

CHOTUSA PANDHARA SASUKALA by Archana Aok

छोटुसा पांढरा ससुकला आणि इतर गोष्टी / बालसाहित्य

अर्चना ओक,
फ्लॅट नं. ७०२, शाल्मली नं. १९, डी.एस.के. रानवारा, बावधन, पुणे - २१.

प्रकाशक : सुनील अनिल मेहता
मेहता पब्लिशिंग हाऊस, १९४१, सदाशिव पेठ, माडीवाले कॉलनी, पुणे ३०.
✆ ०२०-२४४७६९२४

E-mail : info@mehtapublishinghouse.com

Website : www.mehtapublishinghouse.com

मुद्रक : स्पेक्ट्रम ऑफसेट, एरंडवणा, पुणे ०४.

प्रकाशनकाल : जानेवारी, २००६ / ऑगस्ट, २०१० / पुनर्मुद्रण : डिसेंबर, २०१७

मुखपृष्ठ व आतील चित्रे : चंद्रशेखर जोशी

किंमत : ₹ ७०

ISBN 9788177666007

अनुक्रम

छोटुसा पांढरा ससुकला

ससेवाडीत सगळे ससेच राहत होते. सगळे ससे कसे कापसासारखे पांढरेशुभ्र, लांब कानाचे, गोडगुबगुबीत! त्यामुळे ससेवाडीत सर्वांनाच मजा वाटायची.

ससेवाडीतल्या ससूबाई लांबकाने मात्र सगळ्या सशांपेक्षा वेगळ्या होत्या. त्या लठ्ठ होत्याच, पण विशेष म्हणजे त्या चक्क भुऱ्या रंगाच्या होत्या; त्यामुळे त्या इतर सर्व सशांमध्ये उठून दिसत. त्यांना सात पिले होती; त्यातली सहा पिले त्यांच्यासारखीच भुऱ्या रंगाची होती. फक्त एक पिलू तेवढे भुऱ्या रंगाचे नव्हते; ते पांढरेशुभ्र होते. त्याचे नाव बोबो. हा बोबो लांबकानेबाईंचा सगळ्यात जास्त लाडका होता. तो अगदी गोजिरवाणा दिसायचा.

बोबो, थोडा मोठा झाला आणि इकडेतिकडे दुडूदुडू धावायला लागला. बागडायला लागला. तेव्हा मात्र त्याचे सगळे तंत्र बिघडले. तो कुठेही जायचा तेव्हा पांढराशुभ्र स्वच्छ असायचा. पण परत यायचा तेव्हा त्याचा अवतार बघण्यासारखा असायचा. त्याच्या पांढऱ्याशुभ्र अंगावर तऱ्हेतऱ्हेच्या रंगांचे डाग असायचे.

"बोबो, अरे काय तुझा हा अवतार! तुझ्याइतका घाणेरडा ससा दुसरा कोणी नसेल." लांबकानेबाई त्याला रागवायच्या.

"मी तुला बाहेर पाठवलं तेव्हा तू स्वच्छ होतास. डोक्यापासून शेपटीच्या गोंड्यापर्यंत स्वच्छ आंघोळ करून गेला होतास आणि आता दहा मिनिटांत तू असा चिखलानं माखून, घाणेरडा होऊन आला आहेस! बोबो, कुठं कडमडायला गेला होतास रे कार्ट्या?"

"कुठं नाही ग!" बोबो म्हणाला. "जाताना वाटेत चिखल होता आणि मी त्यात पाय घसरून पडलो. अन् मग गंमतच झाली. चांगला लोळतच राहिलो. फार मज्जा आली!"

"डोंबल तुझं! म्हणे मज्जा आली. घाणेरडा कुठला. आता तुला परत स्वच्छ आंघोळ घालावी लागणार." ससूबाई म्हणाल्या. त्यांनी एक मोठा एप्रन कमरेला बांधला. "चल ये इकडे आता! तुला साफ करते. आणि बोबो, तुला आज शिक्षा! तुला आज चहाबरोबर गाजराचा केक मिळणार नाही, आलं लक्षात?... चांगली अद्दल घडेल तुला!"

तुम्हाला असं वाटलं असेल की या शिक्षेमुळे बोबोला अद्दल घडली असेल, अक्कल आली असेल; तर साफ चूक. बोबो कुठं स्वस्थ बसायला?

दुसऱ्याच दिवशी तो घरी परत आला तेव्हा त्याच्या अंगावर हिरव्या रंगाचे डाग पडले होते.

"अरे, बोबोकडे बघा." त्याची सगळी भावंडं ओरडू लागली, "आई, अग बोबोकडे बघ. तो कसा सगळा हिरवा होऊन आलाय!"

"आज तू काय उद्योग करून आला आहेस ते सांगणार का?" आई म्हणाली.

"काही नाही ग!" बोबो म्हणाला. "एक माणूस कुंपण रंगवत होता. मी त्याच्याकडे असलेल्या रंगात खेळलो. खूप मज्जा आली."

"इकडे ये आधी." ससूबाई लांबकाने म्हणाल्या, "आता मात्र तुझ्या अंगाला रॉकेल लावूनच तुला स्वच्छ करावं लागणार! रॉकेलचा खूप घाण वास येतो घरात! बघ आता, बाबा घरी आले की कसे रागावतात ते!"

बोबोला आईने रॉकेल लावून स्वच्छ केले. आईने कानपिचक्या दिल्या तेव्हा बिच्चारा खूप रडला. तशात बाबांनी त्याला छडीने फटके मारले तेव्हा त्याचा चेहरा पार उतरला.

आता तो नक्की सुधारेल असं सगळ्यांना वाटलं.

पण छे, तो कुठला ऐकायला! दोन दिवसांनंतर तो घरी परतला, तेव्हा सारखा शिंकत

होता आणि घशातून चमत्कारिक आवाज काढत होता. त्याच्या अंगावरची फर अगदी काळीकुट्ट झाली होती. खरंतर तो जेव्हा घरी परत आला, तेव्हा त्याला कुणी ओळखलंच नाही.

"अरे, हे काय आहे? कोण आहेस? आधी बाहेर हो!" ससूबाई लांबकाने हातातल्या फडक्याने बोबोला फटके मारत ओरडल्या.

"अग आई, मारू नको. मी बोबो आहे. घरी चहा प्यायला आलो आहे." बोबो ओरडला.

सगळे नुसते बघतच राहिले. अरे रामा, हा काळा कळकट्ट प्राणी म्हणजे आपला पांढराशुभ्र बोबो? काहीतरी भलतंच! त्यांचा विश्वासच बसेना!

"बोबो, अरे काय उद्योग करून आलास?" सौ. लांबकाने ओरडल्या. "धुराड्यात शिरला होतास की काय?"

"नाही ग! मला ना एक पोतं दिसलं आणि मी त्यात शिरलो. त्या पोत्यात ना, मऊ मऊ काळी पावडर होती." बोबो म्हणाला. "मी त्या पोत्यात खूप खेळलो. पण आता मला खूप शिंका येतायत ग!"

''अरे देवा! कोळश्याच्या पोत्यात शिरला होतास की काय?'' सौ. लांबकाने म्हणाल्या, ''चला तिकडे. तुझ्या फरमध्ये जमलेली कोळशाची पावडर आधी झाडावी लागणार. ए मुलांनो, त्या फांद्या घ्या. चला, मला मदत करा. ती पावडर लगेच फरमधून झटकून काढली नाही तर आपला बोबो परत कधी पांढरा शुभ्र होणार नाही.''

बिचारा बोबो! काय वाईट वेळ आली होती त्याच्यावर! त्याच्या आईने, भावांनी आणि बहिणींनी फांद्या घेऊन त्याला खूप फटके मारले. सगळी कोळशाची पावडर उडून तिचे काळे ढग तयार झाले. बोबो ओरडला, पण कोणीच त्याच्याकडे लक्ष दिले नाही. त्याला आधी स्वच्छ करायलाच पाहिजे होते. दुसऱ्या दिवशी आजी भेटायला येणार होती. ती काय म्हणाली असती. त्याचा काळाकुट्ट अवतार बघून?

बोबो परत पांढरा शुभ्र दिसू लागला तशी त्याची आई म्हणाली, ''बोबो, आता आजी यायच्या वेळेला घाण होऊन आलास तर तुझी खैर नाही, लक्षात ठेव.''

दुसऱ्या दिवशी तो बाकी सगळ्यांबरोबर खेळायला बाहेर पळाला.

तेवढ्यात त्याला रस्त्याच्या बाजूला एक मोठे पिंप दिसलं. त्याच्यात काय असेल बरं? त्याने त्यावर उडी मारली आणि त्या पिंपातल्या चिकट काळ्या डांबरात तो एकदम आदळला.

कशीबशी त्याने पिंपावरून खाली उडी मारली आणि आपल्या भावंडांना गाठले. त्याने आपले बरबटलेले हात गवतावर पुसले, पण अरेरे! तो चिकट काळा पदार्थ हातातून निघेचना! म्हणून ते काळे हात अंगाला पुसले. तर त्याचे काळे पट्टे त्याच्या अंगावर उठले.

''तुझा तर झेब्रा झाला.'' बाकीचे म्हणाले, ''बघ. आता आई तुला कशी रागावते ते!''

आता मात्र सौ. लांबकाने खूप चिडल्या. त्यांनी बोबोकडे बघितले.

''डांबर!'' त्या म्हणाल्या. ''तू डांबरात खेळत होतास? ठीक आहे तर. बोबो, आता मात्र मी कंटाळले आहे. तुला सारखं काळं व्हायला आवडतं ना! मग तू आता काळाच होऊन जा!''

असं म्हणून त्यांनी काळ्या रंगाची बाटली घेतली. तिच्यातील रंग गरम पाण्याच्या बादलीत ओतला. पाण्याचा रंग काळाकुट्ट होऊन गेला. बोबो जवळ आला, तसा कानाला धरून उचललं आणि त्या गरमगरम काळ्या पाण्यात त्याला बुचकाळलं.

''अरे व्वा! गरम गरम काळ्या पाण्याची आंघोळ!'' बोबो म्हणाला. ''किती वेगळं

वाटतं आहे!''

"आई, तू बाकीच्या सगळ्यांना ही अशीच आंघोळ घाल. आज काळ्या रंगाची तर उद्या मला लाल पाण्याची आंघोळ घालशील?''

सौ. लांबकान्यांनी त्याला काळ्या शाईच्या पाण्यात बुचकळून गोल गोल फिरवलं. बोबोच्या कानाला धरून बाहेर नेलं. बोबो कोळश्यासारखा काळा झाला होता. त्याला दोरीवर उलट टांगलं होतं.

"आई, बोबो तर आता काळा झाला आहे, त्याचे कान आणि शेपटीचा गोंडासुद्धा!'' त्याचे भाऊ आश्चर्याने म्हणाले, " तू त्याला काय केलंस आई?''

"मी त्याला काळ्या रंगाने रंगवलं आहे.'' त्यांची आई म्हणाली. "आता तो यापेक्षा काळा होऊ शकणार नाही. आज दुपारी चहाच्या वेळेला तुमची आजी येईल, त्यावेळी हा काळा ससुकला बघून त्यांना खूप आश्चर्य वाटेल.''

आजीला खरंच खूप आश्चर्य वाटलं. आजी आली तेव्हा बोबोच्या काळ्या कानांना पकडून कपड्यांच्या दोरीवर लटकवलं होते आणि तो मोठमोठ्यांना किंचाळत होता.

"मला खाली उतरव! मी अशी चूक करणार नाही, खाली उतरव मला! मला असं कपड्यांच्या दोरीवर लटकायला नाही आवडत. मला खाली उतरव ना!''

पण तो पूर्ण वाळल्याशिवाय सौ. लांबकाने त्याला दोरीवरून खाली काढणारच नव्हत्या. त्यांना एकच भीती वाटत होती. तो ओला असताना त्याला खाली उतरवलं तर तो काळा रंग सगळीकडे लागेल. त्यामुळे बोबोला तसंच दोरीवर लटकावं लागलं.

"मला खाली उतरव ना! कोल्हा येऊन मला खाईल! आई, मला लवकर खाली

उतरव!'' तो ओरडत होता.

शेवटी एकदाचं त्याला खाली उतरवलं. तो काळा छोटा ससुकला बोबोसारखा अजिबात दिसत नव्हता. ''आता मी नीट वागेन.'' तो आईला म्हणाला, ''आता मी अजिबात खोड्या करणार नाही.''

''आता तर तू याच्यापेक्षा अजून काळा होऊच शकत नाहीस.'' त्याची आई म्हणाली. ''त्यामुळेच आता तू व्यवस्थितच राहशील.''

तुम्हांला काय वाटतंय, बोबो आत्ता यावेळेला काय करत असेल? त्याला पांढऱ्या रंगाची बादली सापडली आहे आणि तो त्या बादलीत खेळतोय. त्याच्या काळ्या फरवर आता पांढरा रंग सांडला आहे. आता अशा या बोबोला शहाणं तरी कसं करायचं, तुम्हीच सांगा मला!

जुना लाकडी घोडा

ढंपूकडे एक लाकडी घोडा होता. ढंपूच्या दुसऱ्या वाढदिवसाला बाबांनी तो घोडा आणला होता. तेव्हापासून हा डब्बू घोडा त्याच्याकडे होता. आता ढंपू सात वर्षांचा होता, म्हणजे तो लाकडी घोडा किती जुना होता याची कल्पना तुम्ही करू शकाल.

डब्बू घोड्याचा मूळचा लाल केशरी रंग पार उडाला होता आणि त्याची चारही चाकं सैल होऊन तो डगमगू लागला होता. त्याची आयाळ अजूनही छान होती पण त्याची शेपटी मात्र निघून आली होती. ढंप्याच्या आईने लोकरीचे काही तुकडे कापून डब्बूला शेपटी चिकटवायचा प्रयत्न केला होता. पण ती काही चिकटली नव्हती. त्यामुळे डब्बूला शेपटी नव्हती. बिनशेपटीच्या डब्बूला बघून ढंपूला खूप वाईट वाटायचं.

''शेपटी नसल्यामुळे डब्बू कसातरीच दिसतो.'' असं ढंपूला नेहमी वाटायचं. ''पण डब्बू माझा लाडका घोडा आहे, मला तो खूप खूप आवडतो. मी त्याला कधीच सोडणार नाही. नाहीतर त्याला वाईट वाटेल ना!''

ढंपू डब्बूला आठवड्यातून एकदा तरी बागेत खेळायला न्यायचा. ढंपू आपल्या

सगळ्या खेळण्यांची व्यवस्थित काळजी घ्यायचा. सर्व खेळण्यांशी तो आळीपाळीने थोडा थोडा वेळ खेळायचा. कुठल्याही खेळण्याला एकटं वाटू नये अशी काळजी घ्यायचा. खेळण्यांना नुसतंच कपाटात ठेवून द्यायचं आणि त्यांच्याकडे महिना महिना बघायचं नाही असं इतर मुलांसारखं तो करायचा नाही. खेळण्यांकडे दुर्लक्ष करायचे ही गोष्ट ढंपूला भयानक वाटायची.

डब्बूला तो दर शनिवारी कपाटातून बाहेर काढायचा आणि बागेत न्यायचा, त्याच्यावर बसून बागेत सगळीकडे फिरायचा. डब्बूवर बसून ढंपू पायाने जमीन ढकलायचा. मग डब्बूसुद्धा त्याच्या डुगडुगत्या चार चाकांवर इकडे तिकडे फिरायचा.

पण एके दिवशी नवलच घडलं. त्या दिवशी ढंपू डब्बूला घेऊन बागेच्या मागच्या फाटकाकडे गेला. त्या फाटकाबाहेरच्या गल्लीत जांभळाची झाडं होती.

"आपण ना या फाटकामधून बाहेरच्या गल्लीत जाऊ. तिथं एक छान जांभळाचं झाड आहे; त्याची जांभळं खाली पडतात." ढंपू डब्बूला म्हणाला, "आज सकाळपासून चांगलाच वारा सुटलाय. मला वाटतंय की आज तिथं जांभळांचा ढीग जमा झाला असेल."

तो जांभळांचा ढीग बघायला ते दोघं मागच्या गेटमधून त्या गल्लीत गेले.

ढंपू डब्बूवर बसून त्या जांभळाच्या झाडाशी गेला.

समोरचं दृश्य पाहून तो आश्चर्यचकितच झाला.

एक बुटका माणूस तिथं उभा होता. त्या बुटक्या माणसाला चांगलीच लांब दाढी होती. त्याने

पिवळ्या रंगाचा झब्बा घातला होता. खूप मोठी टोपी घातली होती, आणि त्या टोपीवर पिवळ्या रंगाचं एक पीस खोवलं होतं. तो बुटका एका टोपलीत जांभळं गोळा करीत होता.

त्या बुटक्याची ढंपूकडे पाठ होती. त्यामुळे त्याला ढंपूचा आवाज ऐकू आला नाही. जोरदार वारा वाहत असल्याने ढंपूची चाहूलही त्याला लागली नाही.

ढंपू डब्बूवर बसून त्या बुटक्याकडे बघत होता. त्याच्या लक्षात आलं की हा छोटा माणूस म्हणजे परीराज्यातला कोणीतरी बुटका असणार!

तो बुटका बारीक आवाजात विचित्र गाणं गुणगुणत होता. तेवढ्यात वाऱ्याची एक जोरात झुळूक आली आणि त्या बुटक्याची टोपीच उडाली. त्याने टोपी पकडायला हात वर केले पण त्याला खूप उशीर झाला होता. त्याची ती सुंदर टोपी वाऱ्याने उडून गेली होती आणि तिचं ते पिवळं पीस जोरात फडफडत होतं.

''अरे! अरे! माझी टोपी!'' बुटक्या ओरडला आणि हातातली टोपली टाकून टोपीच्या दिशेने पळाला. त्या टोपलीतली सगळी जांभळं जमिनीवर सांडली.

इतक्यात त्याचे लक्ष डब्बू घोड्यावर बसलेल्या त्या ढंपूकडे गेले.

''अरे, अरे!'' तो ओरडला. ''जरा तुझा घोडा मला देतोस का? माझी टोपी पकडायची आहे मला. घोड्यावरून गेलो तर ती मला मिळू शकेल.''

''पण हा डब्बू घोडा तर लाकडाचा आहे.'' ढंपू म्हणाला. ''तो एकटा पळू शकत नाही.''

''असू दे कसाही. घोडा तर आहेना! असल्या फालतू गोष्टी सांगून माझा वेळ घालवू नकोस.'' बुटक्याने सरळ ढंपूला डब्बूवरून उचलले आणि तो स्वत: डब्बूवर स्वार झाला, त्याने त्या लाकडी घोड्याच्या मानेवर थोपटलं.

''पळ, पळ! जोरात पळ!'' बुटका ओरडला.

आणि काय चमत्कार! डब्बू घोड्याने आपल्या चाकांतून पाय सोडवले आणि लांब उडी मारून तो त्या टोपीच्या मागे धावू लागला.

तुम्ही खरंच त्याला बघायला हवं होतं!

ढंपू एकटाच जांभळाच्या झाडाखाली उभा राहून डब्बू आणि बुटका यांच्याकडे बघतच राहिला. त्याचा स्वत:च्या डोळ्यांवर विश्वासच बसत नव्हता.

"हा काय चमत्कार आहे!" ढंपू सारखं सारखं हेच वाक्य बोलत होता. "माझा तर विश्वासच बसत नाहीये. हे कसं शक्य आहे? हा लाकडी घोडा असा कसा खऱ्या जिवंत घोड्यासारखा धावतोय?"

थोड्याच वेळात तो बुटका आणि डब्बू घोडा दोघे दिसेनासे झाले. जांभळाच्या झाडाखाली आता फक्त ढंपू, ती जांभळांची टोपली आणि डब्बूची चार चाकेच काय ती उरली होती.

पडलेली जांभळे त्याने जमिनीवर टोपलीत भरली. डब्बूची ती चार चाकं उचलली. पण तेवढ्यात डब्बू परत आला! टापांचा आवाज त्याला ऐकू आला. पाठोपाठ त्याचा लाकडी घोडा आणि घोड्याच्या पाठीवर बसेलला बुटका पण होता.

बुटक्याच्या डोक्यावर त्याची ती मोठी टोपी होती!

"मिळाली! माझी टोपी मिळाली!" तो बुटका आनंदाने ओरडला. "नशिबानंच मिळाली. पण या गोंधळात एक वाईट झालं. तुझ्या घोड्याची शेपटीच कुठेतरी पडली. पण तू रडू नकोस हं! मी त्याला नवी शेपटी नीट लावून देईन! नक्की! मला वाटतं, त्यानं

माझ्या टोपीच्या मागं एकदम जोरात उडी मारली ना, तेव्हाच ती शेपटी पडली असणार! मला खरंच खूप खूप वाईट वाटतंय रे! पण मी ती शेपटी नीट लावून देतो, नक्की. थांब, बघच तू आता! तू अजिबात काळजी करू नकोस. मी सांगितलं ना, मी शेपटी नक्की लावून देतो.''

ढंपूला काहीच समजत नव्हतं. तो बुटका भरभर अखंड बोलत होता, मध्ये थांबतच नव्हता. ढंपूला खरंतर त्याला सांगायचं होतं की डब्बूची शेपटी खूप पूर्वीच हरवली आहे. ढंपू बोलण्यासाठी तोंड उघडायचा पण तो बुटका मोठमोठ्याने आपलंच बोलणं चालू ठेवायचा. थांबायचाच नाही.

बुटक्याने आपल्या झब्ब्याच्या खिशातून एक कात्री काढली. आपल्या मऊ मऊ पांढऱ्या लांबलचक दाढीचे काही केस कापले आणि त्यांना पीळ देऊन छान शेपटी केली. डब्बूच्या मागे शेपटीच्या जागेवर गोंद लावून आपल्या दाढीच्या कापलेल्या भागाची शेपटी चिकटवली. अरे वा! ती शेपटी डब्बूला एकदम छान बसली. ती त्याची अंगचीच शेपटी वाटत होती. ती छानपैकी हालतही होती. अगदी खऱ्या शेपटीसारखी!

''किती छान!'' ढंपू आनंदाने म्हणाला, ''या आधी मी कधीच असा चमत्कार बघितला

नव्हता. अरे बुटकेदादा! डब्बूला कितीतरी वर्षं शेपटीच नव्हती आणि तेच मी तुला सांगायचा प्रयत्न करीत होतो. पण बरं झालं. त्याला मस्त झुपकेदार शेपटी मिळाली. मला किती आनंद झालाय म्हणून सांगू!''

''अरेच्चा, खरंच का!'' बुटक्याने खूष होत विचारले, ''मग मलासुद्धा खूप आनंद झालाय. खूप खूष आहे मी! खरंच, तू टोपी शोधायला मला डब्बू दिलास हे किती मस्त झालं. तू इथे नसतास तर कदाचित माझी टोपी मला कधीच मिळाली नसती. अरे, ती जादूची टोपी आहे.''

ढंपूने ती चार चाके जमिनीवर ठेवली. त्याबरोबर डब्बू घोडा त्या चाकांवर स्वत:च स्वार झाला. त्या चाकांवर डब्बू घोडा परत आधीसारखा उभा राहिला, जुन्या लाकडी घोड्यासारखा. त्याच्याकडे बघून असं वाटतच नव्हतं की तो थोड्या वेळापूर्वी वाऱ्यासारखा पळाला होता.

''त्याच्यावर मी बसलो तर तो परत उड्या मारत पळेल का?'' ढंपूने विचारले,''मला खरंच ह्याच्यावर बसून फिरायला आवडेल.''

''मला त्याचं आश्चर्य वाटणार नाही.'' असं म्हणत बुटक्याने आपली टोपी नीट केली आणि ती जांभळाची टोपली उचलली. ''एकदा का घोड्याला त्याचे पाय मिळाले की घोडा त्यांचा वापर करतोच. चल, आता मी जातो. तुझे पुन्हा आभार मानतो.''

एका हाताने टोपी सांभाळत बुटका गल्लीतून गेला. त्याच्या टोपीचं पिवळं पीस हवेत उडत होतं.

ढंपू डब्बूवर स्वार झाला, त्यानं त्याला चुचकारलं,

''चल, चल! जोरात पळ! माझ्याबरोबर जोरात पळ!''

पण डब्बू घोडा काही पळाला नाही. ढंपूचा चेहरा एवढासा झाला.

तो डब्बूला घेऊन आईकडे गेला. घडलेली सगळी हकीकत आईला सांगितली. ''आणि जर तुझा माझ्यावर विश्वास नसेल तर ही बघ, डब्बूची शेपटी बघ!'' ढंपू म्हणाला. ''त्या बुटक्याच्या काळ्या पांढऱ्या दाढीपासून बनवली आहे. आई, अग खरंच!''

डब्बू अजूनपर्यंत तरी उड्या मारत पळत नाही. तो जेव्हा उड्या मारत पळेल ना, तेव्हा तिथं आपण असायला हवं असं मला खूप खूप वाटतंय.

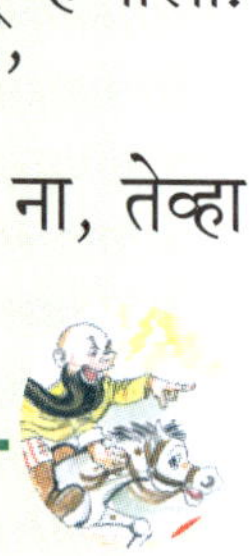

जादूगार टिंकू आणि साळू

टुचक्या साळिंदर सारखा काही ना काही प्रश्न विचारत असायचा. सगळ्यांच्या चौकश्या करत बसायचा. प्रत्येक गोष्टीत नाक खुपसायचा. खड्ड्यात, दगडांमागे आणि बिळांत डोकावून बघायचा. बेडूक बेडकीशी काय बोलतो, खारोट्या हिवाळ्यात आक्रोड कुठे लपवून ठेवतात सगळे त्याला ठाऊक असायचे.

शेताच्या कुंपणापलीकडे पिक्सी राहायचे. पिक्सी म्हणजे टोकदार लांब कान असलेले परीराज्यातले जादूगार बुटके. त्या पिक्सींना तो साळिंदर नाना प्रश्न विचारून भंडावून सोडायचा. त्यांच्याकडचे गुप्त जादूचे मंत्र मिळवण्याचा प्रयत्न करायचा. पिक्सी आपले जादूचे मंत्र कधीच कोणाला सांगत नसत. हे सगळे पिक्सी जेव्हा कधी भेटत, तेव्हा ते आधी वाळक्या पानांच्या ढिगात, नाहीतर जाईजुईच्या वेलांमागे लपून हा शंकाखोर टुचक्या ऐकत तर नाही ना याची खात्री करून घेत.

एकदा जादूगार टिंकू कुंपणाजवळ राहणाऱ्या पिवळ्या पिक्सीला भेटायला आला. पिवळ्याचं घर दाट पानांच्या वेलींनी झाकलेलं होतं. घराच्या दारावर पण वेली लटकत होत्या. त्यामुळे तिथं घराचं दार आहे हे येणाऱ्याजाणाऱ्यांच्या लक्षात सहजी यायचं नाही.

दरवाजाच्या मागे एक मोठी उबदार खोली होती. या खोलीत एक टेबल, खुर्च्या आणि बसायला कोच होता. पिक्सींच्या पार्ट्या या पिवळ्याच्याच घरी नेहमीच होत असत, त्यामुळे त्याच्याकडे खूप खुर्च्या होत्या. खोलीच्या एका टोकाला कोपऱ्यात लाकडांसाठी वेगळी जागा होती. तिथे लाकडं रचून ठेवली होती. लाकडं पेटवून चुलीवर पिवळ्या

स्वयंपाक करी. किटलीत पाणी उकळवून घेई. न्याहारीसाठी नाना पदार्थ करी.

पिक्सींबरोबर महत्त्वाची बोलणी करायला जादूगार टिंकू येणार होता. येत्या हिवाळ्यात पऱ्यांच्या राजकुमारीचा वाढदिवस मोठ्या प्रमाणात साजरा करायचा होता. खरं तर पिवळ्या पिक्सीने बेडकाला आणि तपकिरी उंदराला तसं बोलताना ऐकलं होतं. पण वाढदिवसाच्या पार्टीचा दिवस मात्र त्याला ठाऊक नव्हता आणि पार्टीला पऱ्या आणि पिक्सी यांच्याबरोबर शेताच्या कुंपणावर राहणाऱ्या प्राण्यांनाही बोलावणार की नाही तेही त्याला माहीत नव्हतं.

"अजून काहीच ठरलेलं नाहीये." बेडूक म्हणाला. "आणि आपल्याला निमंत्रण मिळेपर्यंत पार्टी कधी आहे हे सुद्धा कळणार नाही. पिवळ्या, तू जरा धीर धर."

"हो, तू म्हणतोस ते खरं आहे. पण त्याचं काय आहे की मला आज्जीला भेटायला जायचं आहे. माझी आज्जी लांब त्या डोंगराजवळ राहते. नेमका मी जायचो आणि इकडं पार्टीचं आमंत्रण यायचे. मग पार्टी चुकेल ना!"

"तू नाही आलास तरी आम्हांला तुझी आठवण येईलच असं नाही." दगडाखाली जात बेडूक म्हणाला. बेडकाला खरं तर हा टुचक्या साळिंदर अज्जिबात आवडायचा नाही.

टुचक्या डोकं खाजवत बसला होता. जादूगार टिंकू आल्यानंतर पिक्सींशी तो कशाबद्दल चर्चा करणार असेल?

शेवटी टुचक्याला एक मस्त कल्पना सुचली. "टिंकू जादूगार आणि बाकीचे पिक्सी यायच्या आधी आपण पिवळ्याच्या घरात गुपचूप शिरून बसायचे. अंगावर शाल घेऊन सोफ्यासारखं किंवा मोठ्या स्टुलासारखं बसून राहायचं. ते स्टूल म्हणजे मी आहे हे कोणाच्याच लक्षात येणार नाही. तिथे बसून ते सगळे काय बोलतात ते ऐकता येईल." त्याने स्वत:शीच विचार केला. "खरंच, हे काम मस्त जमेल!"

मग त्याने अक्रोडाच्या झाडाजवळ राहणाऱ्या बुटक्या म्हातारीकडून पिवळी शाल घेतली आणि कुंपणातल्या बिळात लपवून ठेवली. या बिळात पूर्वी म्हाताऱ्या चतुर किड्याचं घरटं होतं. जादूगार टिंकू कुंपणापलीकडच्या पिक्सींना भेटायला कधी येतोय याची तो वाट बघत बसला.

शेवटी एकादाचा तो दिवस उगवला. टुचक्याने बिळातून ती पिवळी शाल बाहेर काढली आणि पिवळ्याचे घर गाठले. पिवळ्याच्या दारावर दाट पानांच्या वेली लटकत

होत्या. दबकत दबकत टुचक्या दरवाजाजवळ गेला. तो मातीच्या ढिगासारखा दिसत होता.

तेवढ्यात दार उघडलं आणि पिवळ्या पिक्सी बाहेर धावला. तो केक आणायला गेला होता. घराचे दार तसेच उघडे ठेवून तो गेला होता; त्यामुळे टुचक्या पटकन त्या घरात शिरला.

खोलीत खुर्च्या आणि स्टुलं गोलाकार मांडून ठेवली होती. टुचक्याने खुर्च्या हलवून स्वत:साठी जागा केली. पिवळी शाल आपल्या काटेरी पाठीवर ओढून घेऊन तो स्टुला-सारखा बसून राहिला. एखाद्या मोठ्या स्टुलासारखा दिसू लागला. टुचक्या खुशीत होता. आता आपल्याला सगळं नीट ऐकायला मिळणार अशी त्याला खात्री होती.

थोड्याच वेळात पिवळ्या पिक्सी परत आला. तो कुठलंतरी गाणं गुणगुणत होता. आणलेले केक त्याने एका ताटलीत नीट ठेवले आणि ती ताटली टेबलावर ठेवून दिली. नंतर किटली घेऊन चहासाठी पाणी उकळायला ठेवलं.

त्याची तयारी चालू असताना दरवाजावर टक्टक् झाली.

पिवळ्याने दरवाजा उघडला. कुंपणापलीकडे राहणारे सगळे पिक्सी आत आले.

''या, बसा.'' पिवळ्या म्हणाला. ''मी चहा ठेवलाच आहे. केकही आहेत. सगळेजण ताटलीतून केक घ्या.''

''आम्ही टिंकू आजोबांसाठी थांबतो.'' एक पिक्सी म्हणाला. टुचक्या कान टवकारून त्यांच्या गप्पा ऐकत होता. त्यांचं एखादं गुपित कळायला हवं म्हणून तो उतावीळ झाला होता.

ठक्, ठक्, ठक्! कोणीतरी जोरात दरवाजा ठोकला. जादूगार टिंकू!

पिवळ्याने धावत जाऊन दार उघडले आणि जादूगार टिंकूचे स्वागत केले.

''नमस्कार! शुभ दिवस!'' टिंकू म्हणाला. जादूगार टिंकू गोल गरगरीत ढब्बू होता. त्याचे केस पांढरे शुभ्र होते आणि त्याची पांढरी शुभ्र दाढी इतकी लांब होती की दाढीला गाठ मारूनच त्याला चालावे लागत होते. नाहीतर जमिनीवर लोळणाऱ्या आपल्याच दाढीत पाय अडकून पडायची त्याच्यावरच पाळी आली असती!

सर्व पिक्सींनी उभे राहून जादूगाराला अभिवादन केले. ''शुभ दिवस–''

जादूगार टिंकू आपला लांब काळा अंगरखा काढत म्हणाला, '' आज आपण सगळे

अत्यंत महत्त्वाच्या विषयावर बोलायला इथे जमलो आहोत. यंदाच्या हिवाळ्यातील पऱ्यांच्या राजकुमारीच्या पार्टीबद्दल!''

"आपण बोलायला सुरुवात करायच्या आधी गरम गरम चहा आणि थोडा केक यांचा आस्वाद घ्यावा.'' पिवळ्याने सुचवले. गरमागरम चहाचा मोठ्ठा कप जादूगाराला देत तो म्हणाला, "टिंकू आजोबा, अगदी आरामात बसा!''

टिंकूने बसण्यासाठी आजूबाजूला बघितले. तो ढब्बू आणि जाडजूड होता त्यामुळे त्याने बसायला सगळ्यांत मोठ्ठे स्टूल बघितले. तुमच्या लक्षात आले असेल की, ते मोठ्ठे स्टूल म्हणजे पिवळी शाल पांघरून बसलेला टुचक्या साळिंदर होता.

टिंकू उजव्या हातात चहाचा कप आणि डाव्या हातात केक धरून बसला. तो त्या स्टूलवर टेकतो न टेकतो तोच एकदम ओरडत घाईघाईने उभा राहिला, "अरे, अरे! च् च्! हे काय? स्टूलावर सुया आणि टाचण्या आहेत की काय? काय आहे तरी काय?'' साळूचे काटे टोचल्याने तो इतका घाबरला होता की त्याच्या हातातला गरम चहा बाजूला बसलेल्या दोन पिक्सीं-वर सांडला. त्याच्या हातातला केक उडून पिवळ्याच्या डोक्यावर पडला. अरे बापरे! सगळाच गोंधळ माजला होता!

"काय झालं? काय झालं?" सगळे ओरडू लागले.

"अरेरे!" बिचारा जादूगार विव्हळत होता. तो आपले अंग जोरात चोळत होता. टिंकू दणकन स्टुलावर बसल्याने त्या काटेरी साळिंदरचे टोकदार काटे त्याला जोरात टोचले होते.

"मेलो. मेलो!" ते दोन पिक्सी ओरडले; त्यांच्या अंगावर गरम चहा सांडला होता ना!

"बापरे. हे काय झाले?" पिवळ्या ओरडला. आपल्या डोक्यावर काय पडलं आहे हे त्याला कळलेच नव्हते.

"तुझी हिम्मत कशी झाली?" जादूगार टिंकू भयंकर आरडाओरडा करीत पिवळ्या-समोर हात नाचवत म्हणाला, "तुझी हिम्मतच कशी झाली? मी काय विचारतोय तुला?"

"तुम्हांला म्हणायचंय तरी काय?" पिवळ्या वैतागत म्हणाला, "टिंकू आजोबा, कृपया तुम्ही माझ्याशी असं उद्धटपणे बोलू नका. मला नाही आवडणार ते! आणि तुम्हीसुद्धा माझ्या मित्रांच्या अंगावर गरम चहा ओतलाच कसा?"

टुचक्याला कळलं की आता आपण इथं असल्याचं सगळ्यांच्या लक्षात येणार, आणि आपण पकडले जाणार! म्हणून तो हळूहळू दरवाजाकडे सरकू लागला. पण एका पिक्सीने त्याला पाहिले आणि त्याने घाबरून किंकाळी फोडली.

"अरे त्या स्टुलाकडे बघा! ते चक्क चालतंय! अरे, त्याच्याकडे बघा! काहीतरी जादू होतीये!"

सगळ्या पिक्सींनी वळून त्या दिशेकडे पाहिले. जादूगार टिंकूने पण पाहिले.

"अरे! हे तेच तर स्टूल आहे. मी त्याच्यावरच बसलो होतो." तो ओरडला. "किती काटे बोचले मला! बापरे! पकडा त्याला! पकडा त्याला!"

टुचक्या खूप घाबरला. तो दाराकडे धावला. दारात पोहोचणार इतक्यात एका पिक्सीने त्याच्या अंगावरची पिवळी शाल ओढली.

"अरेच्चा, हा तर टुचक्या. प्रश्न विचारून भंडावून सोडणारा साळिंदर!" पिवळ्या ओरडला.

"तो इथे येऊन लपून बसला कारण त्याला आपली गुप्त चर्चा ऐकायची होती. त्याच्याचमुळे टिंकू आजोबांना वाटलं की त्यांना सुया आणि टाचण्या असलेल्या स्टुलावर बसवलं! पकडा त्याला!"

पण टुचक्या कोणाच्याही हातात न लागता झटपट दाराबाहेर पडला होता. त्याने बाहेर जाताना आपल्यामागे जोरात दार लावून घेतले.

खड्ड्यांतून भराभर पुढे जात काटेरी झुडपांतून रस्ता शोधत तो पळत सुटला.

जवळच नदीकिनारी एक मोठ्ठे बिळ होते. त्या बिळाच्या तोंडाशी एक मोठ्ठा दगड होता. त्या दगडावर खूप शेवाळं साचलं होतं. जवळ खूप झुडपंही होती. आपण तिथे जाऊन लपून बसावे असे त्याने ठरवले होते.

जादूगार टिंकू, पिवळ्या आणि बाकीचे पिक्सी त्याच्यामागे धावले.

काटेरी झुडपांतून जाणं त्यांना शक्य नव्हतं. त्यामुळे झुडपांभोवती गोल चक्कर मारून ते पलीकडे पोचले पण तोपर्यंत टुचक्या गायब झाला होता.

''शोधा, शोधा! आधी त्याला शोधून काढा!'' टिंकू भडकलेला होता. ''त्याला चांगला धडा शिकवतो. मला सुया टोचतो काय? मी चांगलाच धडा शिकवतो त्याला! अंगावरचे सगळे काटे ओरबाडून काढतो. थांब जरा...मी... मी... तू थांबच आता...!''

टिंकू जादूगाराचं हे सगळं बोलणं ऐकून टुचक्या त्या बिळामध्ये थरथर कापू लागला.

तो खरं तर कोणालाच सापडू शकत नव्हता. बिळाच्या तोंडावरचा दगड, शेवाळं आणि झुडपं यांत तो व्यवस्थित लपला होता. आपल्याला कोणी शोधू शकणार नाही अशी त्याला खात्री होती.

आणि त्याला खरंच कोणीही शोधू शकलं नाही. पिक्सींनी सगळीकडे शोधलं. पण शेवटी ते कंटाळले.

''तो नक्कीच डोंगराजवळच्या आपल्या आज्जीकडे

गेला असणार. चला, आपण परत जाऊ.'' पिवळ्या म्हणाला.

''आता सगळ्यांनी नीट ऐका.'' जादूगार टिंकू खूपच संतापला होता. ''त्या मूर्ख साळूला याच हिवाळ्यात शोधून काढा. सापडला तर त्याला माझ्यासमोर आणा. मी त्याच्यासाठी शिजवलेल्या सुयांचे छान जेवण तयार ठेवतो. या वसंतऋतूत मी स्वप्न-नगरीत जाणार आहे. त्याच्या आधी त्याला माझ्यासमोर हजर करा.''

''हो, टिंकू आजोबा!'' पिवळ्या उत्तरला, ''आम्ही नेहमीच या कुंपणाच्या जवळपास असतो. त्यामुळे आम्हांला तो नक्कीच दिसेल. तो पार्टीला येईलच! त्याचवेळेला आम्ही त्याला पकडू!''

टुचक्याने त्यांचे बोलणे, त्यातील अगदी शब्द न् शब्द नीट ऐकला. शिजवलेल्या सुयांबद्दल ऐकलं, तेव्हा तर भयंकर घाबरला टुचक्या! ''आत जादूगार टिंकू स्वप्ननगरीत जाईपर्यंत या बिळातून बाहेर पडायचं नाही!'' टुचक्याने ठरवले. ''त्याच्या हातात आपण सापडायचं नाही.''

हिवाळ्यात टुचक्या त्या छोट्या बिळात लपून बसला. किडे, अळ्या पकडण्यासाठी-सुद्धा तो बाहेर आला नाही. बिळातच गुरगुटून शांत झोपून राहिला. तो फक्त एकदाच रात्रीच्या वेळी जागा झाला. त्याला हसण्याचे, गप्पांचे आवाज ऐकू आले. त्याने बिळातून नाक बाहेर काढले. तेव्हा त्याच्या लक्षात आले की पऱ्यांच्या राजकुमारीच्या वाढदिवसाची पार्टी चालू आहे. बिच्चारा टुचक्या! त्याची बिळातून बाहेर पडायची हिम्मत झाली नाही. त्याला बेडूक, बेडकी, खार, तपकिरी उंदीर इकडे-तिकडे उड्या मारताना आणि मजा करताना दिसत होते. पण तरीसुद्धा तो आपल्या बिळात चुपचाप पडून होता.

टुचक्याला चांगला धडा मिळाला, असे तुम्हाला वाटते का?

आणखी एक गोष्ट तुम्हाला ठाऊक आहे का, ती जरा विचित्रच आहे! त्या हिवाळ्या-पासून सगळे साळिंदर थंडीच्या दिवसांत बिळांत झोपून राहतात. शीतनिद्रा करतात. बहुतेक तेव्हापासून सगळे साळिंदर टिंकू जादूगाराला घाबरून असतात. हे सारं ऐकल्यानंतर मला तरी त्यात काही आश्चर्य वाटत नाही.

गोष्ट मांजरीच्या पिल्लांची

दयाळबाईचं खेळण्याचं दुकान फार मोठ्ठं होतं.

त्यांच्याकडे एक मोठी काळी मांजरी होती. तिचं नाव लडदू. लडदूचे डोळे काकडीसारखे हिरवे होते. नावासारखीच ती लडदू दिसायची; गोलमटोल, आळसटलेली आणि मऊ मुलायम! सगळ्या मुलांना लडदू मांजरी खूप आवडायची.

कापसाची अस्वलं आणि गुबगुबीत ससे ठेवलेल्या शेल्फावरच लडदूही बसून राहायची. दुकानात मुलं आली की ती लडदूला कुरवाळत.

चंदू आणि मिनू या भावंडांनाही लडदू खूप आवडायची, त्या दोघांकडे बघून ती प्रेमाने गुरगुरायची. चंदू म्हणायचा, ''हिचं गुरगुरणं अगदी आईच्या शिलाई मशिनसारखं आहे.''

''हे बघा, तिच्या टोपलीत काय आहे ते!'' एक दिवस दयाळबाई म्हणाल्या. दोघांनी टोपलीत बघितलं आणि मिनू एकदम आनंदाने ओरडली. ''अरे, ही बघ मांजरीची पिल्लं! लडदू आई झालीय बघ.''

''दोन पिल्लं झालीत लडदूला.'' दयाळबाई म्हणाल्या. ''आणि सगळ्यांत विचित्र

गोष्ट म्हणजे एक पिल्लू लडदूसारखं काळं कुळकुळीत आहे तर दुसरं पिल्लू पांढरं शुभ्र कापसासारखं आहे. थोड्या दिवसांनी त्यांची जोडी खूप छान दिसेल.''

लडदूची दोन्ही पिल्लं खूपच छोटी होती. त्यांचे डोळेसुद्धा अजून उघडलेले नव्हते. लडदूच्या कुशीत अंगाचं मुटकुळं करून ती पिल्लं झोपली होती. ती त्यांना मायेने चाटत होती.

त्या दिवसानंतर चंदू आणि मिनू रोज त्या पिल्लांना बघायला येत. त्यांचे निळे डोळे उघडलेले बघून खूष होत. नंतर ती पिल्लं त्या टोपलीच्या आजूबाजूला हळूहळू हिंडू लागली, 'मिऊँ मिऊँ' असा अगदी बारीक पण मजेशीर आवाज काढू लागली.

चंदू आणि मिनूने त्या पिल्लांबद्दल आईला सांगितले, ''अग आई, लडदू म्याऊँ, म्याऊँ भाषेत आपल्या पिलांशी आमच्याबद्दलही बोलते.''

''काय बोलते?''

''ती दोन्ही मुलं चांगली आहेत.'' लडदू आपल्या पिल्लांना सांगते.''चंदू आणि मिनू यांच्यासारखे तुम्हीही दोघे एकमेकांशी नीट, न भांडता वागायचं बरं का!''

खरंतर तिला हे तिच्या पिल्लांना सांगायची काहीच गरज नव्हती. कारण त्या दोघांनी आपले डोळे उघडल्यापासून पहिल्यांदा एकमेकांना पाहिलं, त्या दिवसापासून ते एकमेकांशी खूप मायेने आणि प्रेमाने वागायचे. ते बरोबर खेळायचे, एकमेकांच्या कुशीत झोपायचे आणि दयाळबाईंनी त्यांच्यासाठी जो लोकरीचा गुंडा आणला होता त्याच्याशी पण एकत्रच खेळायचे. एकाच बशीत दूध प्यायचे आणि इकडेतिकडे पळताना पण ते बरोबरच असायचे.

''खरंतर आपण त्या दोन्ही पिल्लांना चंदू आणि मिनू अशीच नावं ठेवायला पाहिजेत!'' दयाळबाई त्या दोघांना म्हणाल्या. ''ते तुमच्यासारखे आहेत. काळू आणि ढवळू. मला खरंच खूप वाईट वाटेल. पण मला त्यांना विकावं लागणार. त्यांच्या आईला पण खूप वाईट वाटेल, लडदू त्यांच्यावर खूप प्रेम करते.''

दयाळबाईंचं बोलणं ऐकून लडदू खूप अस्वस्थ झाली. छे, छे, असं कसं? म्हणजे आपली पिल्लं विकली जाणार आणि तेवढंच नाही तर ती एकेमकांपासून दूर जाणार. म्हणजे एक एका घरी जाणार आणि दुसरं वेगळ्याच घरी! आणि ती एकमेकांना कधीच भेटणार नाहीत.

काळू आणि ढवळू एकमेकांच्या कुशीत बसून, एकमेकांच्या कानात त्यांच्या भाषेत बोलत होते, ''आपण नेहमी बरोबर राहायचं. आपण वेगवेगळ्या घरी नाही जायचं. चंदू आणि मिनूसारखं आपण नेहमी बरोबर राहू या.''

पण दयाळबाईंनी लवकरच आपल्या दुकानाच्या खिडकीवर जाहिरात लावली. त्यात लिहिलं होतं, ''मांजरीची दोन गोंडस पिल्लं विकायची आहेत, एक काळं आणि एक पांढरं.''

''आता तुम्ही लवकरच वेगळे होणार आहात.'' त्यांची आई दुःखी होऊनच म्हणाली, ''कोणालाच एकदम दोन मांजरं घ्यायला आवडत नाही. त्यामुळे जोपर्यंत तुम्ही बरोबर आहात, तोपर्यंत एकत्रच राहा. कारण आता कधीही कोणी येईल आणि तुमच्यातल्या एकाला विकत घेईल.''

चंदू आणि मिनू यांनी दुकानाच्या खिडकीवर लावलेली जाहिरात बघितली.

''ढवळूला विकत घेऊन कोणी नेलं तर ते मला अजिबात आवडणार नाही.'' मिनू म्हणाली. तिचा आवाज खूप धास्तावलेला. ''मला ढवळू खूप आवडते.''

''आणि काळूला कोणी विकत घेतलेलं मला आवडणार नाही.'' चंदू म्हणाला. ''किती छान आहे काळू! इकडून तिकडे सुळकन पळतो आणि कसला गुबगुबीत आहे! मलाही काळू खूप आवडतो.''

घरी गेल्यानंतर चंदूने साठवलेले पैसे मोजले.

एका पिल्लाची किंमत पन्नास रुपये होती. त्याच्याकडे शंभर रुपये असते तर मग त्याने दोन्ही पिल्लं एकदम विकत घेतली असती!

पण त्याच्याकडे फक्त पंचावन्न रुपये आणि वर काही सुट्टे पैसे होते. अजून पन्नास रुपये जमवायचे म्हणजे मग खूपच वेळ लागला असता. तोपर्यंत काळू आणि ढवळू दोघेही विकले गेले असते.

खरं तर त्याला काळूची खूपच आठवण येत होती. काळा रंग, हिरवे डोळे, खोडकर, तितकाच प्रेमळही! काळूला विकत घेण्याइतके पैसे त्याच्याकडे नक्कीच होते.

पण मिनूला तर ढवळू आवडायची. त्यामुळे तिच्यासाठी तरी ढवळूचीच निवड करणे भाग होते. चंदूने जर काळूला घरी आणले तर मिनूला वाईट वाटेल हे त्याला माहीत होतं. आता काम करायचं असा चंदूला प्रश्न पडला.

तो घरातून बागेत फिरायला गेला तेव्हा मिनूपण आपल्या खेळायच्या खोलीत गेली. तिने स्वत:च्याकडे असलेले पैसे मोजायला सुरुवात केली. चंदूसारखाच तीपण विचार करत होती. दोन्ही पिल्लं विकत घेण्याएवढे पैसे आपल्याकडे असते तर किती छान झाले असते!

तिने सगळे पैसे मोजले. सगळे मिळून जेमतेम सदुसष्ठ रुपये भरले. आता काय करायचे? पैसे पुरेसे नव्हते. मिनूला खूप वाईट वाटले. ''साधे शंभर रुपयेसुद्धा मी जमवू शकले नाही आत्तापर्यंत!''

मिनूने सगळे पैसे परत ठेवले. आता कसं करायचं, असा विचार करत बसली.

''मला ढवळू आवडते पण चंदूला काळू आवडतो. मी ढवळूला आणलं, काळू तिथंच राहिला तर चंदूला वाईट वाटेल. आपल्याकडे दोघांनाही एकदम विकत घेण्याएवढे पैसे नाहीत.''

तिने खूप विचार केला. शेवटी तिने एकदम आनंदाने टाळी वाजवली.

''मला तर ढवळूच आवडते पण तिच्यापेक्षा जास्त मला चंदू आवडतो. त्यामुळे आता मी काळूलाच घेऊन येते. चंदूला आश्चर्य वाटेल आणि खूप आनंदपण होईल!''

ती पैसे आणायला घरात पळाली तेव्हा तिच्या आईने हाक मारली,''मिनू! इकडे ये जरा. ही लोकर सोडवायला मला जरा मदत कर बघू!''

"चंदू कुठे गेला?" हातात लोकरीचे भेंडोळे पकडत मिनूने विचारले.

"तो आत्ताच घाईघाईत कुठेतरी पळाला." तिची आई म्हणाली. "त्याचं गावात काहीतरी काम आहे असं म्हणाला."

तुमच्या लक्षात आलं का, चंदू कुठे गेलाय ते?

खेळण्यांच्या दुकानात!

तो काळूला आणणार का? कारण त्याला काळू खूप आवडतो.

नाहीच मुळी! तो मिनूसाठी ढवळूला घरी आणणार होता. खरंच, ती एकमेकांवर प्रेम करणारी भावंडं होती ना! चंदूला हवा होता काळू पण तरीही तो मिनूसाठी ढवळूला आणणार होता. आणि मिनूला हवी होती ढवळू पण तरी ती काळूला घेऊन येणार होती. कारण चंदूला काळू आवडत होता.

चंदू पैसे घेऊन खेळण्यांच्या दुकानाशी येऊन थडकला.

दयाळबाईंना म्हणाला, "दयाळ मावशी! ढवळूला अजून कोणी विकत नाही ना घेतलं? कारण मला ढवळू हवी आहे."

"नाही, अजून ढवळूला कोणीच विकत घेतलेलं नाहीये!" दयाळबाई म्हणाल्या, "चंदू, पण तुला तर काळू आवडतो ना?"

"हो, पण मला मिनूसाठी ढवळूच हवी आहे." चंदू म्हणाला. "आणि दयाळमावशी, तुम्ही मिनूला काही सांगू नका हं! ही तिच्यासाठी माझ्याकडून भेट आहे!"

"असं आहे तर!" दयाळमावशी म्हणाल्या,"चंदू, तू एक चांगला मुलगा आहेस. पण चंदू, आता या दोन्ही पिलांना एकमेकांपासून दूर गेल्याने खूप वाईट वाटेल रे! तू आणि मिनू आहात ना, तसेच हेही दोघे भाऊबहीण आहेत."

ढवळूला उचलून दयाळबाईंनी एका झाकण असलेल्या टोपलीत ठेवलं. ती टोपली त्यांनी चंदूला दिली. ढवळू रडका आवाज काढत होती.

"अच्छा तर मग लडदू, अच्छा काळू! काळू, आपण परत कधीतरी भेटू! अच्छा!"

"ती बघ, तिच्या आईला अच्छा म्हणते आहे." दयाळमावशी म्हणाल्या.

"आणि तिच्या भावालाही! खरंच या दोघांना एकमेकांची किती आठवण येईल ना!"

चंदू ढवळूला घरी घेऊन आला. काळूला एकटंच मागं ठेवल्याचं त्याला खूप वाईट वाटत होतं. पण मिनूला किती आनंद होईल याचाच विचार तो करत होता!

तो मागच्या दाराने घरात गेला.

मिनू त्याचवेळी पैसे घेऊन पुढच्या दाराने बाहेर पडली होती. आईला लोकर सोडवून देऊन ती चंदूसाठी काळूला आणायला निघाली.

धावत धावत ती खेळण्यांच्या दुकानाशी पोहोचली. धाडकन दुकानात शिरली. ''दयाळमावशी!'' ती म्हणाली, ''काळूला अजून कोणी विकत नाही ना घेतलं? मला काळू हवाय!''

''अग, पण मला वाटलं की तुला ढवळू आवडते म्हणून.'' दयाळमावशी म्हणाल्या.

''हो! पण चंदूला काळू आवडतो ना! काळूला मी चंदूसाठी नेणार आहे.'' मिनू म्हणाली. ''माझ्याकडे फक्त एकाच पिल्लाला पुरतील एवढे पैसे आहेत.''

मिनूला घेऊन दयाळमावशी दुकानाच्या मागच्या खोलीत गेल्या. तिथे काळू एकटाच आपल्या आईबरोबर होता. तो रडका आवाज काढत होता.

''ढवळू कुठंय?'' मिनूने विचारलं. ''तिला कोणी विकत घेऊन गेलं का? कोणी न्यायच्या आधी मला तिला अच्छा म्हणायचं होतं. बिच्चारा छोटा काळू- त्याला आत्तापासूनच ढवळूची आठवण येत आहे. दयाळ मावशी, ढवळू चांगल्या लोकांकडेच गेलीय ना?''

''हो, माझ्या माहितीत तरी ती लोकं खूप चांगली आहेत.'' दयाळमावशी हसत हसत उत्तरल्या. त्यांना खरंतर ढवळूला कोणी नेलंय ते

मिनूला सांगून टाकावंसं वाटत होतं. पण चंदूनं त्यांना ते गुपित ठेवायला सांगितलं होतं ना, म्हणून त्यांनी मिनूला काहीच सांगितलं नाही. दयाळमावशींनी एका टोपलीत काळूला ठेवलं. काळू मोठ्याने ओरडत होता.

''त्याला ढवळूकडे जायचं आहे.'' मिनू रडत रडत बोलली. ''काळू, रडू नको. मला पण ढवळू हवी आहे. पण माझ्याकडे पुरेसे पैसे नव्हते ना!''

तिने काळूला जपून घरी नेलं.

त्यांच्या खेळायच्या खोलीतून चंदूचा शिट्टी मारल्याचा आवाज येत होता. त्यामुळे ती काळूला घेऊन त्या खोलीत गेली.

तिने काळूची टोपली आपल्या पाठीशी धरली होती. तिचे डोळे चमकत होते आणि चंदूही पाठीमागे हातात काहीतरी धरून उभा होता. त्याच्या हातात ढवळूची टोपली होती.

तो खरंतर मिनू कधी परत येतेय याचीच वाट बघत बसला होता.

''मी तुझ्यासाठी एक छोटीशी भेट आणली आहे. ओळख बघू काय ते!'' मिनू म्हणाली.

''मी पण तुझ्यासाठी काहीतरी आणलं आहे.'' चंदू म्हणाला, ''ओळख!''

त्यांना ओळखण्याइतका वेळच मिळाला नाही. कारण काळू आणि ढवळू यांनी ज्या क्षणी एकमेकांचा वास ओळखला, त्या क्षणी दोघांनी एकमेकांना हाका मारायला सुरुवात केली. ''मियाँऊ, मियाँऊ!''

दोन्ही मुलांनी आपल्या हातातल्या टोपल्या टेबलावर ठेवल्या. काळू आणि ढवळू यांनी टोपलीतून टणाटण उड्या मारल्या. ते आनंदाने लोळायला लागले, एकमेकांच्या कुशीत शिरले.

''अरे, हे काय? तू तर काळूला घेऊन आलीस?'' चंदू आनंदाने ओरडला.

''आणि तू ढवळूला आणलंस!'' मिनू म्हणाली. ''चंदू खरंच! अरे, मी इतका विचार करत होते की ढवळूला कोणी नेलं असेल. पण शेवटी तूच घेऊन आलास! तू नक्कीच तिला माझ्यासाठी आणलंस ना! खरंच, मला खूप बरं वाटलं रे! खूप छान केलंस तिला आणलंस ते!''

तेवढ्यात आत काय गोंधळ चाललाय ते बघायला आई त्या खोलीत आली. आणि एक पांढरं स्वच्छ मांजरीचं पिल्लू आणि दुसरं एकदम काळं कुळकुळीत पिल्लू

एकमेकांशी मस्ती करताहेत बघून आईपण आनंदून गेली.

"किती छान जोडी आहे!" आई म्हणाली. "कोणाची आहेत ही पिल्लं?"

"आमची!" चंदू आणि मिनू एकदम म्हणाले. "आई, आम्हांला किती आनंद झाला म्हणून सांगू!"

ती दोन्ही पिल्लंही खुशीत होती. त्यांचाही विश्वास बसला नव्हता की ती दोघं परत एकत्र आली.

मिनू आणि चंदूकडे अजूनही काळू आणि ढवळू आहेत, पण ती पिल्लं आता लहान राहिली नाहीत. त्यांची खूप गोंडस आणि छान मांजरं झाली आहेत. त्यांच्या दिवाणखान्याच्या खिडकी जवळ ती बसून असतात. जाणारे येणारे लोक त्यांच्याकडे बघत राहतात. "किती छान जोडी आहे! एक मांजर काळं कुळकुळीत आणि दुसरं पांढरं शुभ्र. ही दोन्ही मांजरं खासच असणार!"

ती खास आहेतच. त्यांच्याबद्दलची गोष्टही खास आहेच.

तीच गोष्ट तर मी आता तुमच्यासाठी लिहिली आहे.

गम्मत पक्षाचं अंडं

सूर्य मावळायच्या सुमारास एकदा आशुतोषला एक अंडं सापडलं. खूपच वेगळ्या प्रकारचं अंडं होतं ते! एकदम खास! त्या अंड्याच्या एका टोकाला चमकदार निळा रंग होता तर दुसऱ्या टोकाला चमकदार हिरवा रंग होता. आणि मधोमध चमकदार लाल रंगाची रेष!

''अरेच्चा! हे अंडं विचित्रच दिसतंय!'' आशू म्हणाला. त्याने ते अंडे हातात धरले. ''आतापर्यंत असले अंडं कधीच मी बघितलं नव्हतं!''

त्याने त्या अंड्याचे काळजीपूर्वक निरीक्षण केले. ते कानाशी धरून आतून काही आवाज येतोय का ते पाहिले. अंड्याच्या आतून त्याला पक्ष्याच्या हालचालीचा आवाज जाणवला.

''हे अंडं तर उबून आलंय!'' आशू म्हणाला. त्याने सावकाश ते अंडे गवतात ठेवले. त्या अंड्याचे कवच एका टोकाला तडकले आणि त्यातून आधी टोकदार चोच बाहेर

आली. मग त्या अंड्याचे कवच हळूहळू मध्यभागी फुटून त्यातून पक्ष्याचे एक छोटे पिल्लू बाहेर आले.

ते पिलू अगदी वेगळेच दिसत होते! त्याची चोच चमकदार हिरव्या रंगाची होती. सगळे अंग चमकदार निळ्या रंगाचे होते. डोक्याच्या मागे चमकदार लाल रंगाचा एक पडदा होता. ते पिलू कसेतरी अंडे फोडून बाहेर आले आणि नाकतोड्यासारखा आवाज काढू लागले.

''मी आतापर्यंत तुझ्यासारखा गमतीशीर पक्षी पाहिला नव्हता.'' आशुतोष म्हणाला, ''तू नक्की कुठला पक्षी आहेस?''

''मी आहे गम्मत पक्षी!'' ते छोटे पिल्लू चिवचिवले. आशूला तर दचकायलाच झाले. ''माझ्याकडे बघ. मी आता मोठा होईन!''

आशू त्या पिल्लाकडे बघत राहिला खूपच वेगळ्या प्रकारचा पक्षी होता तो! फुगा कसा भराभर फुगतो, तसं ते पिलू भराभर वाढायला लागलं. थोड्याच वेळात तो पक्षी आशूच्या आकाराइतका मोठा झाला आणि झाडावरच्या फांदीवर बसला.

''मी आहे गम्मत पक्षी! मी आहे गम्मत पक्षी!'' तो पक्षी गात होता,

''मी आहे गम्मत पक्षी करतो गमतीजमती
आणि म्हणूनच मी तुझ्यासाठी

घेऊन आलोय एक मस्त संधी!''

''मस्त संधी; आणि ती माझ्यासाठी? कसली आहे ती संधी?'' आशूने खूष होत विचारले.

''थांब आणि बघ!'' गम्मत पक्षी बोलला. ''बघ, मी आता आणखी कसा मोठा होतो ते.''

तो अजून मोठा झाला. आशूच्या दुपटीने मोठा झाला. मग तिपटीने! मग आपले मजेशीर पंख फडफडवत तो गाऊ लागला.

''थांब जरा!'' आशू म्हणाला. ''मला आधी एक गोष्ट सांग. मला कुठली चांगली संधी देणार आहेस?''

''अंड्याची ही तुटलेली टरफलं गोळा करून तुझ्या खिशात ठेव. कमलराणीला भेटशील तेव्हा एक चांगली संधी आपोआप तुझ्याकडे चालत येईल. अरे, अरे! मी आहे गम्मत पक्षी, गम्मत पक्षी!''

असे म्हणत त्याने आपले पंख पसरले. तो अजून मोठा झाला. एखाद्या हेलिकॉप्टर-सारखा दिसू लागला. तसा तो सरळ आकाशात उडाला. इतका उंच उडाला की तो ठिपक्यासारखा दिसू लागला आणि मग तर तो पार दिसेनासाच झाला!

''आतापर्यंत इतका मजेशीर प्रकार पाहिला नव्हता.'' आशू म्हणाला. मग ती टरफलं त्याने नीट गोळा केली. एका पेटीत ती टरफलं ठेवली. ती पेटी खिशात ठेवून दिली.

मग तो शिट्टी मारत तिथून निघून गेला.

'आता कमलराणी भेटेल. तेव्हा एक चांगली संधी चालत येईल,' आशू एकीकडे विचार करत होता. ''मी खरंतर तिला शोधण्यासाठी प्रवासाला निघायला हवं.''

मग त्याने प्रवास सुरू केला.

आता त्या गोष्टीला अनेक वर्षं लोटली. पण अद्यापही त्याला कमलराणी काही सापडलेली नाही.

जर तुम्हांला कमलराणी भेटली तर आशूला कळवा. अगदी नक्की कळवा. तो अजूनही त्या चांगल्या संधीची वाट बघत बसलाय.